Impressum
Verlag: BABADADA GmbH, Nedderfeld 112 , 22529 Hamburg
Geschäftsführer / Verlagsleitung: Harald Hof
Druck: Books on Demand GmbH, In de Tarpen 42, 22848 Norderstedt

Imprint
Publisher: BABADADA GmbH, Nedderfeld 112 , 22529 Hamburg, Germany
Managing Director / Publishing direction: Harald Hof
Print: Books on Demand GmbH, In de Tarpen 42, 22848 Norderstedt, Germany

škola
trường học

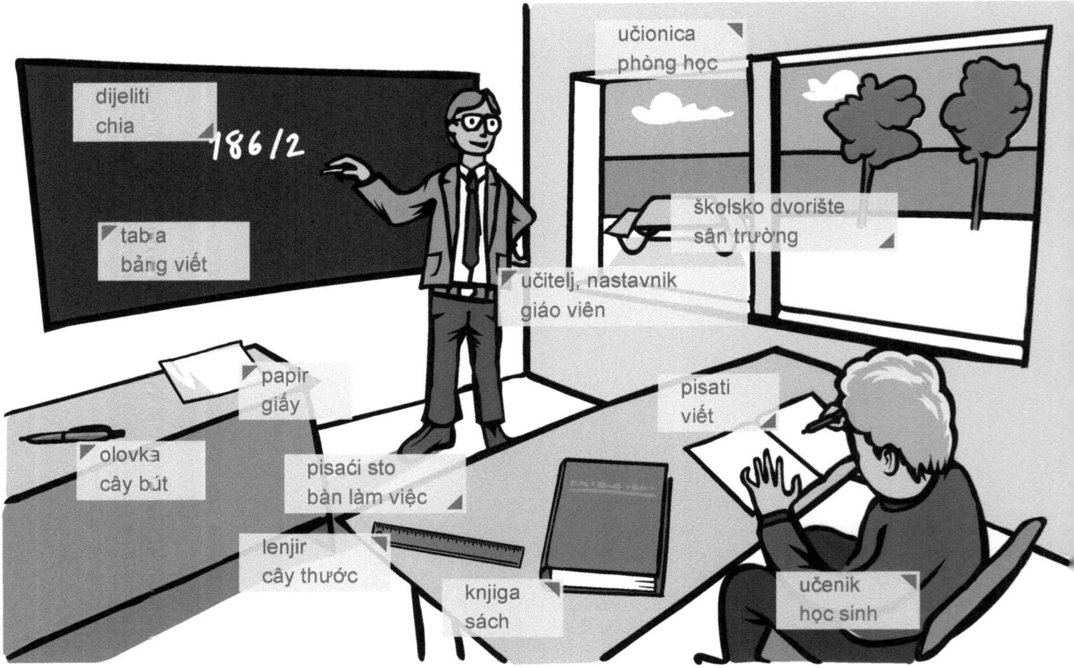

učionica
phòng học
dijeliti
chia
186/2
tabla
bảng viết
školsko dvorište
sân trường
učitelj, nastavnik
giáo viên
papir
giấy
pisati
viết
olovka
cây bút
pisaći sto
bàn làm việc
lenjir
cây thước
knjiga
sách
učenik
học sinh

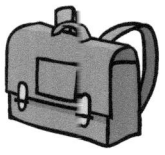

torba

cặp đeo vai học sinh

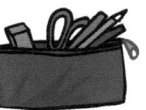

pernica

hộp đựng bút

drvena olovka

bút chì

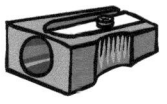

šiljalo za olovke

cái gọt bút chì

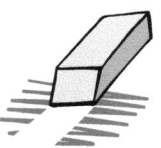

gumica

cục tẩy

blok za crtanje

tập giấy vẽ

crtež

bản vẽ

kist

cọ vẽ

kutija s bojama

hộp mực vẽ

makaze

cây kéo

ljepilo

keo dán

vježbanka

sách bài tập

domaća zadaća

bài tập ở nhà

broj

số

sabirati

cộng

oduzimati

trừ

množiti

nhân

računati

tính toán

slovo

chữ cái

abeceda

bảng chữ cái

riječ

từ

tekst

văn bản

čitati

đọc

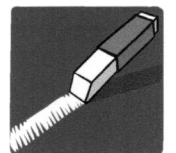

kreda

phấn viết

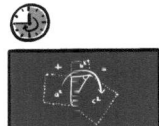

sat

bà học

školski dnevnik

sổ lớp

ispit

thi kiểm tra

svjedočanstvo

chứng chỉ

školska uniforma

đồng phục học sinh

izobrazba

giáo dục

leksikon

từ điển bách khoa

univerzitet

đại học

mikroskop

kính hiển vi

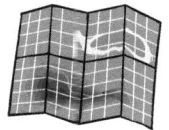

karta

bản đồ

korpa za papir

thùng rác giấy

hotel
khách sạn

Grand

hostel
nhà trọ

ROOMS

mjenjačnica
quầy đổi tiền

EXCHANGE

D

kofer
va li

auto
xe ô tô

jezik

ngôn ngữ

da / ne

có / không

okej

ô kê

zdravo

Xin chào

tumač

thông dịch viên

hvala

cám ơn

Koliko košta...?

... bao r hiêu tiều?

Ne razumijem

tôi không hiểu

problem

vấn đề

dobro veče!

Xin chàc! (buổi tối)

Dobro jutro!

xin chào! (buổi sáng)

Laku noć!

chúc ngủ ngon!

dov đenja

tạm biệt

smjer

hướng đi

prtljag

hành lý

tc rba

túi xách

ruksak

túi ba lô

gost

khách

sɔba

pɫ òng

vreća za spavanje

túi ngủ

šator

lều

turističke informacije

thông tin du lịch

plaža

bãi biển

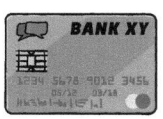

kreditna kartica

thẻ tín dụng

doručak

ăn sáng

ručak

ăn trưa

večera

ăn tối

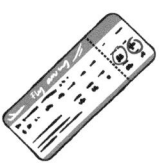

putna karta

vé xe

lift

thang máy

poštanska markica

tem bưu điện

granica

biên giới

carina

hải quan

ambasada

đại sứ quán

viza

thị thực

pasoš

hộ chiếu

transport

vận chuyển

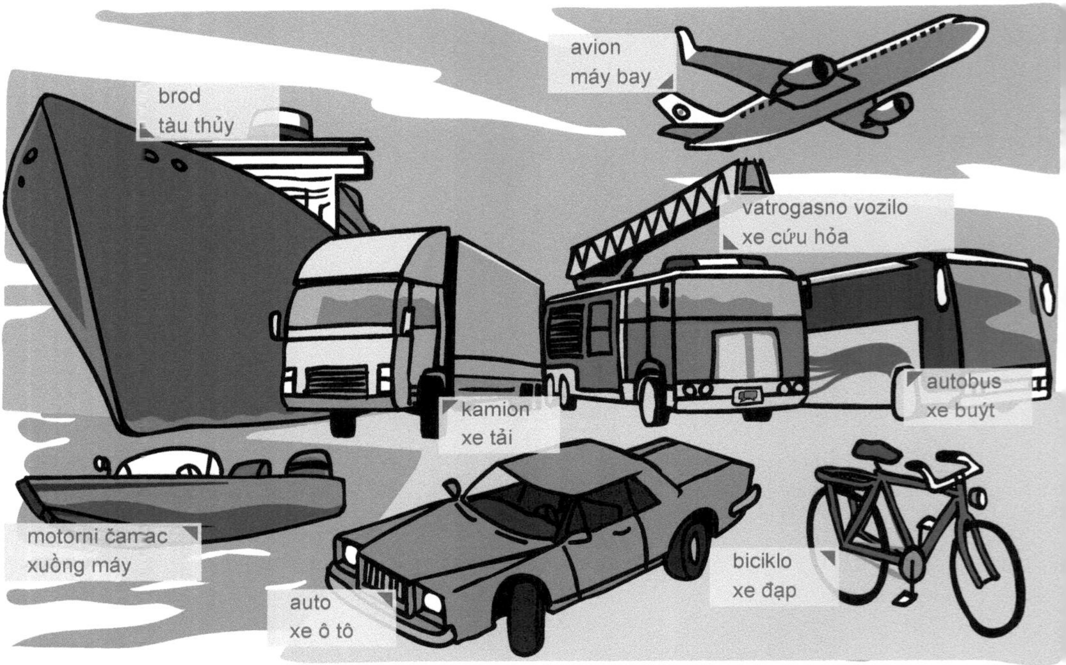
avion
máy bay
brod
tàu thủy
vatrogasno vozilo
xe cứu hỏa
autobus
xe buýt
kamion
xe tải
motorni čamac
xuồng máy
biciklo
xe đạp
auto
xe ô tô

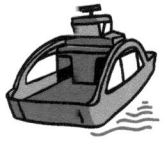

trajekt

phà

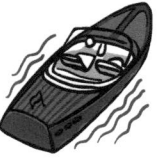

brod

xuồng

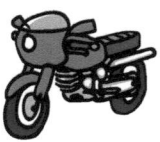

motocikl

xe máy

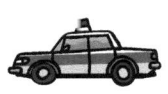

policijski automobil

xe cảnh sát

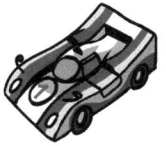

trkaći automobil

xe đua

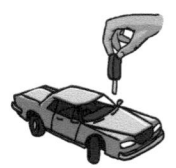

unajmljeni automobil

xe cho thuê

kar-šering

dịch vụ thuê xe tự lái

pauk

xe kéo cứu hộ

smećarsko vozilo

xe rác

motor

động cơ

gorivo

xăng

benzinska pumpa

trạm xăng

saobraćajni znak

biển báo giao thông

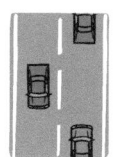

saobraćaj

giao thông

zastoj

ách tắc giao thông

parking

bãi đậu xe

željeznička stanica

nhà ga

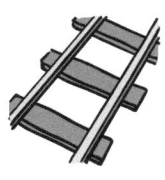

šine

đường ray

voz

xe lửa

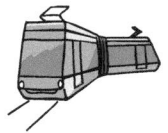

tramvaj

tàu điện

vagon

toa xe

helikopter

máy bay trực thăng

aerodrom

sân bay

toranj

tháp

putnik

hành khách

kontejner

côngtenơ

karton

thùng các-tông

tačke

xe đẩy

korpa

cái giỏ

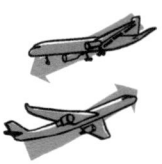

poletjeti / sletjeti

cất cánh / hạ cánh

grad

thành phố

selo

lang

centar grada

trung tâm thành phố

kuća

nhà

kino
rạp chiếu phim

reklama
quảng cáo

ulična svjetiljka
đèn đường

CINEMA

ulica
đường phố

taksi
taxi

pješak
người đi bộ

kiosk
quán ăn nhẹ

trotoar
vỉa hè

raskršće
ngã tư giao th

pješački prelaz
phần đường có vạch cho người đi bộ

kanta za smeće
thùng rác lớn

semafor
đèn hiệu giao thông

koliba

nhà chòi

stan

căn hộ

željeznička stanica

nhà ga

vjećnica

tòa thị chính

muzej

viện bảo tàng

škola

trường học

univerzitet

đại học

banka

ngân hàng

bolnica

bệnh viện

hotel

khách sạn

apoteka

hiệu thuốc

ured

văn phòng

knjižara

hiệu sách

radnja

cửa hiệu

cvjećara

cửa hiệu bán hoa

supermarket

siêu thị

pijaca

chợ

robna kuća

cửa hàng bách hóa

prodavač ribe

người bán cá

trgovački centar

trung tâm mua bán

luka

bến cảng

park

công viên

klupa

ghế băng

most

cầu

stepenice

cầu thang

podzemna željeznica

tàu điện ngầm

tunel

đường hầm

autobuska stanica

trạm xe buýt

bar

quán bar

restoran

khách sạn

poštanski sandučić

hòm thư công cộng

saobraćajni znak

bảng hiệu đường

sat za naplatu parkinga

đồng hồ đậu xe

zološki vrt

vườn bách thú

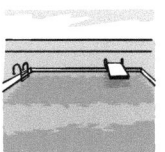

bazen

bể bơi

džamija

nhà thờ Hồi giáo

seosko imanje

nông trại

zagađenje okoline

ô nhiễm môi trường

groblje

nghĩa trang

crkva

nhà thờ

igralište

sân chơi

hram

ngôi đền

krajolik
phong cảnh

list
lá cây

putokaz
bảng chỉ đường

putokaz
lối đi

livada
bãi cỏ

kamen
hòn đá

putnik
người đi bộ đường dài

drvo
cây

rijeka
sông

trava
cỏ

cvijet
bông hoa

dolina

thung lũng

brdo

đồi

jezero

hồ nước

šuma

rừng

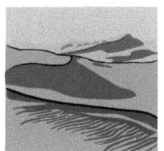

pustinja

sa mạc

vulkan

núi lửa

dvorac

lâu đài

duga

cầu vồng

gljiva

nấm

palma

cây cọ

komarac

con muỗi

muha

con ruồi

mrav

con kiến

pčela

con ong

pauk

con nhện

buba

bọ cánh cứng

žaba

con ếch

vjeverica

con sóc

jež

con nhím

zec

con thỏ

sova

con cú

ptica

con chim

labud

thiên nga

divlja svinja

heo rừng

jelen

con hươu

los

nai sừng tấm

brana

đê

vjetrenjača

tuabin gió

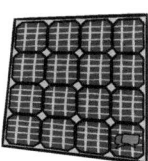

solarni modul

tấm năng lượng mặt trời

klima

khí hậu

konobar
bồi bàn

jelovnik
thực đơn

stolica
ghế

supa
súp

pica
bánh pizza

stolnjak
khăn trải bàn

pribor za jelo
bộ dao nĩa ăn

predjelo
món ăn khai vị

glavno jelo
món ăn chính

desert
món tráng miệng

piće
thức uống

jelo
thức ăn

flaša
cái chai

brza hrana

thức ăn nhanh

jelo sa ulice

thức ăn đường phố

čajnik

ấm trà

šećernica

hộp đường

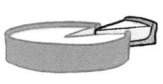

porcija

khẩu phần

mašina za espreso

máy pha espresso

barska stolica

ghế cao

račun

hóa đơn

tacna

khay

nož

cao

viljuška

nĩa

kašika

thìa

kašičica

thìa uống trà

salveta

khăn ăn

čaša

cốc thủy tinh

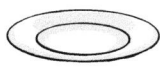

tanjir

đĩa

tanjir za supu

đĩa súp

tanjurić

đĩa lót cốc

sos

nước sốt

solanik

lọ muối

mlin za biber

cái xay tiêu

sirće

giấm

ulje

dầu

začini

gia vị

kečap

nước xốt cà chua

senf

tương hạt cải

majoneza

nước sốt mayonnaise

supermarket

siêu thị

ponuda
chào giá đặc biệt
FOR
klijent
khách hàng
mliječni proizvodi
sản phẩm từ sữa
voće
trái cây
kolica za kupovinu
xe đẩy mua sắm

BUTCHERS

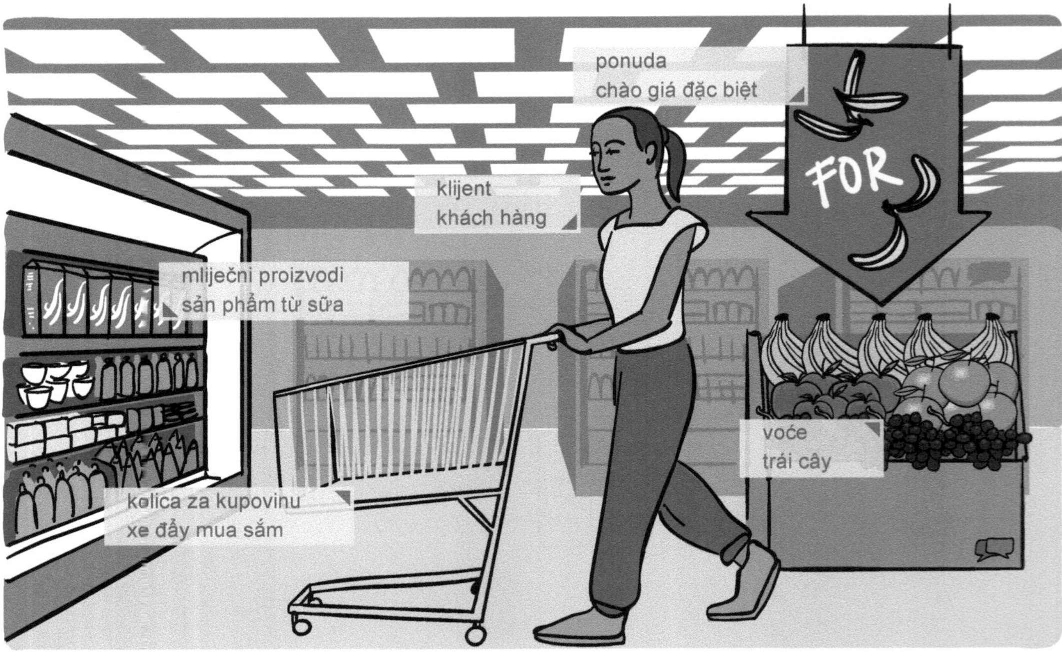

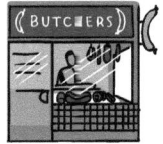

mesnica- klaonica

lò mổ

BAKERY

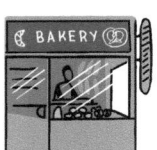

pekara

cửa hiệu bán bánh mì

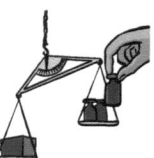

vagati

cân nặng

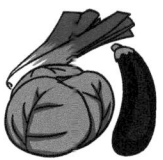

povrće

rau quả

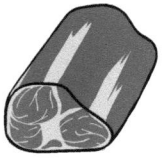

meso

thịt

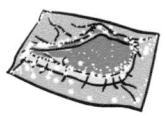

zaleđena hrana

thức ăn đông lạnh

narezak

lát thịt nguội

konzerve

đồ hộp

prašak za veš

bột giặt

slatkiši

đồ ngọt

kućanski proizvodi

sản phẩm dùng trong gia đình

sredstvo za čišćenje

chất tẩy rửa

prodavačica

người bán hàng

kasa

quầy trả tiền

blagajnik

nhân viên thu ngân

lista za kupovinu

danh sách mua sắm

radno vrijeme

giờ mở cửa

novčanik

ví tiền

kreditna kartica

thẻ tín dụng

torba

túi đeo

najlonska vrećica

túi ny lông

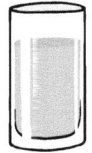

voda

nước

sok

nước quả ép

mlijeko

sữa

kola

coca-cola

vino

rượu vang

pivo

bia

alkohol

cồn

kakao

cacao

čaj

trà

kafa

cà phê

espreso

espresso

kapućino

cappuccino

banana

chuối

jabuka

quả táo

narandža

quả cam

lubenica

dưa hấu

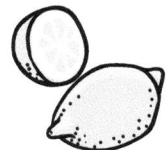

limun

chanh

mrkva

cà rốt

bijeli luk

tỏi

bambus

tre

crveni luk

củ hành

gljiva

nấm

orašasti plodovi

hạt dẻ

pasta

mì

špagete

mì spaghetti

riža

cơm

salata

xà lách

pomfrit

khoai tây chiên

pečeni krompir

khoai tây chiên

pica

bánh pizza

hamburger

bánh hamburger

sendvič

bánh mì sandwich

šnicla

thịt côtlet

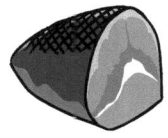

šunka

thịt giăm bông

kobasica

xúc xích

kobasica

dồi

kokoš

gà

pečenje

rán

riba

cá

zobene pahuljice

cháo yến mạch

muzli

cháo muesli

kornfleks

bánh bột ngô nướng

brašno

bột mì

kroason

bánh sừng bò

zemičke

bánh mì

kruh

bánh mì

tost

bánh mì nướng

keksi

bánh bích quy

maslac

bơ

svježi sir

sữa đông

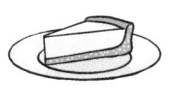

kolač

bánh ngọt

jaje

trứng

jaje na oko

trứng rán

sir

pho mát

sladoled

kɛm

šećer

đường

med

mật ong

marmelada

nứt

nugat krema

kem nougat

kuri

cà ri

seosko imanje
nông trại

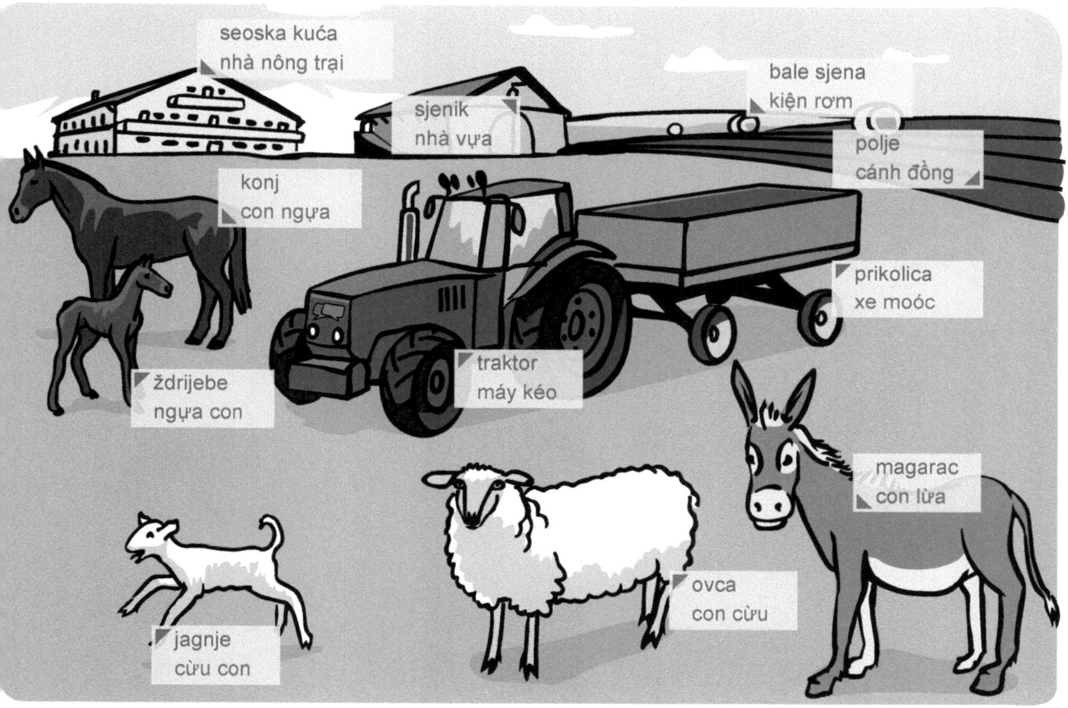
seoska kuća
nhà nông trại
sjenik
nhà vựa
bale sjena
kiện rơm
polje
cánh đồng
konj
con ngựa
prikolica
xe moóc
traktor
máy kéo
ždrijebe
ngựa con
magarac
con lừa
ovca
con cừu
jagnje
cừu con

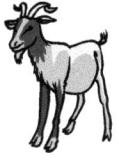

koza
con dê

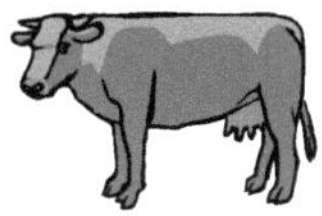
krava
con bò

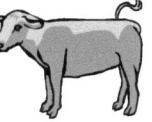

tele
con bê

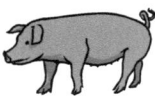

svinja
con lợn

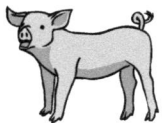

prase
lợn con

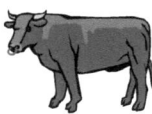

bik
bò đực

guska

con ngỗng

patka

con vịt

pile

gà con

kokoška

gà mái

pjetao

gà trống

pacov

con chuột

mačka

mèo

miš

chuột nhắt

vol

bò đực

pas

con chó

pseća kućica

nhà chuồng chó

crijevo za baštu

ống tưới vườn cây

kanta za zalijevanje

thùng tưới cây

kosa

lưỡi hái

plug

cái cày

srp

cái liềm

motika

cái cuốc

vile

cái chĩa

sjekira

cái rìu

tačke

xe cút kít

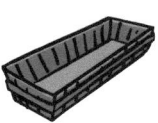

korito

máng ăn

bokal za mlijeko

lọ sữa

vreća

bao tải

ograda

hàng rào

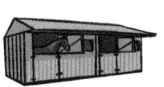

štala

chuồng

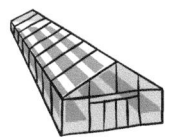

staklenik

nhà kính trồng cây

tlo

đất trồng

sjeme

hạt giống

đubrivo

phân bón

kombajn

máy gặt đập liên hợp

kɔsiti

thu hoạch

žetva

mùa thu hoạch

jam korijen

khoai lang

pšɜnica

lúa mì

soja

đậu nành

krompir

khoai tây

kuᴋuruz

ngô

uljana repica

hạt cải dầu

drvo voća

cây ăn trái

manioka

sắn

žito

ngũ cốc

kuća
nhà

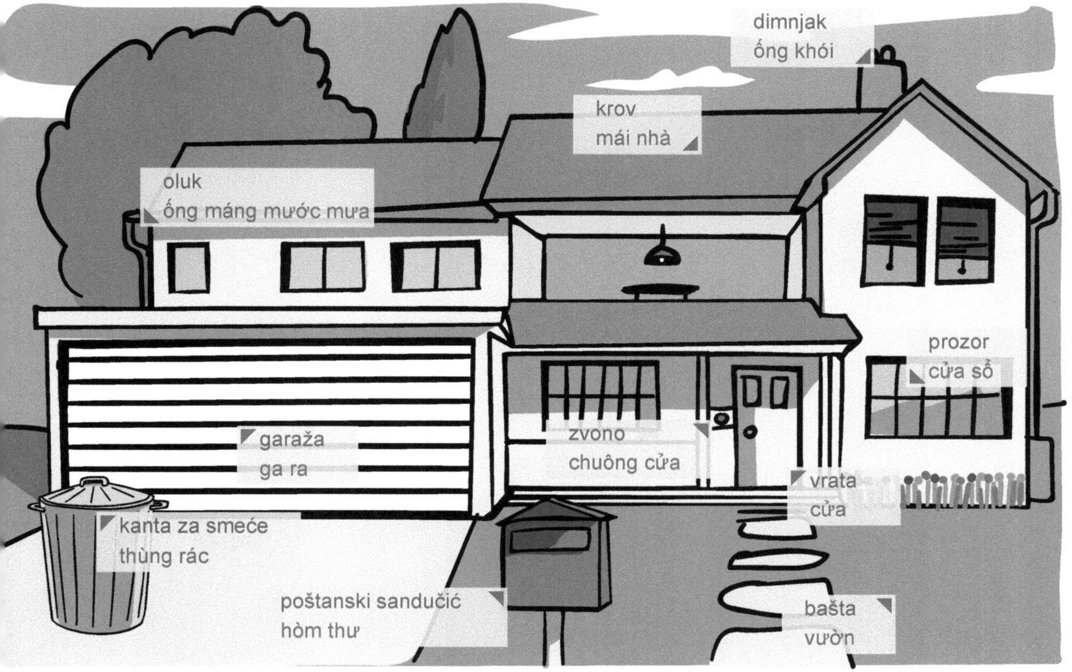
dimnjak
ống khói
krov
mái nhà
oluk
ống máng mước mưa
prozor
cửa sổ
garaža
ga ra
zvono
chuông cửa
vrata
cửa
kanta za smeće
thùng rác
poštanski sandučić
hòm thư
bašta
vườn

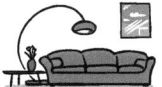

dnevni boravak

phòng khách

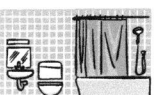

kupatilo

phòng tắm

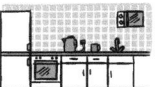

kuhinja

bếp

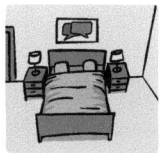

spavaća soba

phòng ngủ

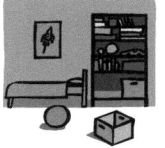

dječija soba

phòng trẻ em

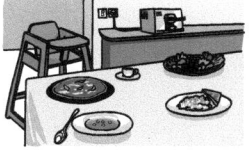

trpezarija

phòng ăn

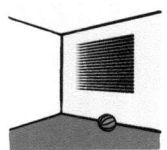

pod, tlo

nền nhà

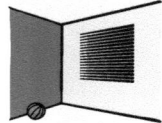

zid

tường

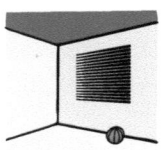

plafon

trần nhà

podrum

tầng hầm

sauna

tắm hơi

balkon

ban công

terasa

sân hiên

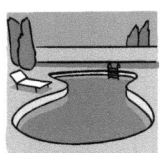

bazen

bể bơi

kosilica

máy cắt cỏ

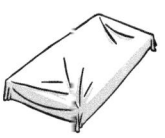

posteljina

khăn trai giường

pokrivač

khăn trải giường

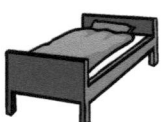

krevet

giường

metla

chổi

kanta

cái xô

prekidač

công tắc điện

dnevni boravak
phòng khách

tapeta
giấy dán tường
fotografija
hình ảnh
lampa
đèn
polica
cái kệ
ormar
tủ
televizija
ti vi
dimnjak
lò sưởi
cvijet
bông hoa
jastuk
gối
kauč
ghế sofa
vaza
bình hoa
daljinski upravljač
điều khiển từ xa

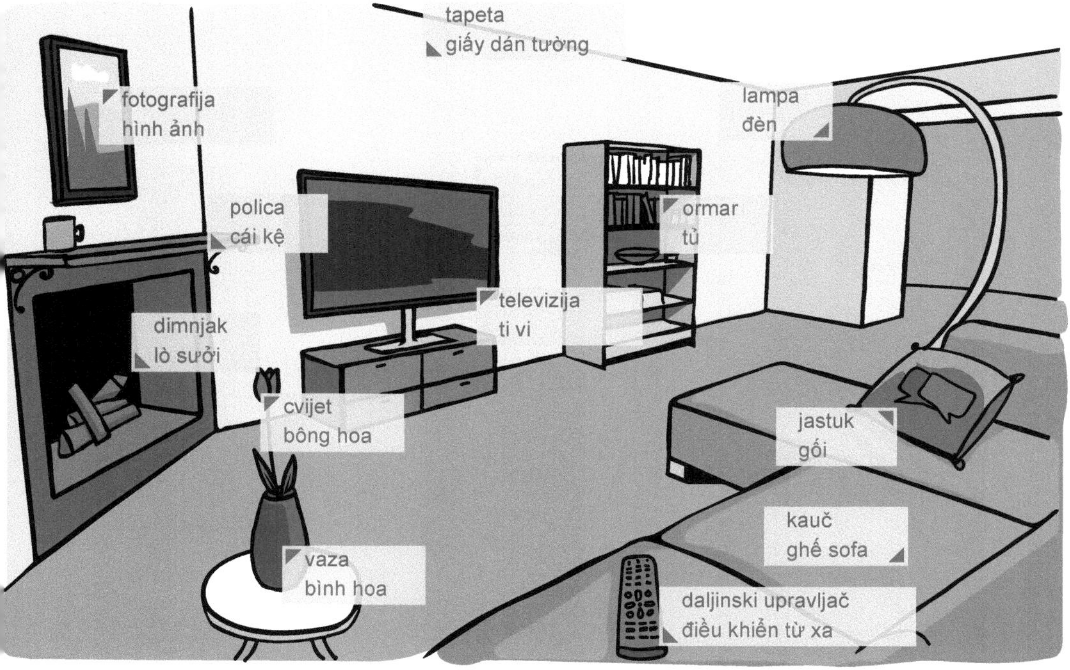

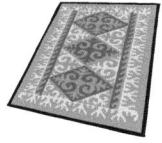

tepih

thảm

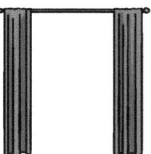

zavjesa

rèm

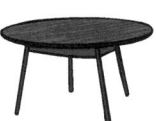

stol

cái bàn

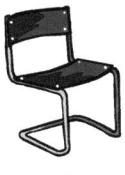

stolica

ghế

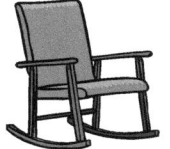

stolica za ljuljanje

ghế bập bênh

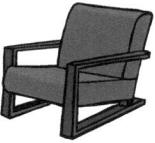

fotelja

ghế bành

knjiga
sách

deka
cái chăn

dekoracija
đồ trang trí

ložno drvo
củi

film
phim

stereo uređaj
máy hi-fi

ključ
chìa khóa

novine
báo

umjetnička slika
bức tranh

poster
áp phích

radio
radio

blok za bilješke
sổ ghi chép

usisavač
máy hút bụi

kaktus
cây xương rồng

svijeća
cây nến

kuhinja
bếp

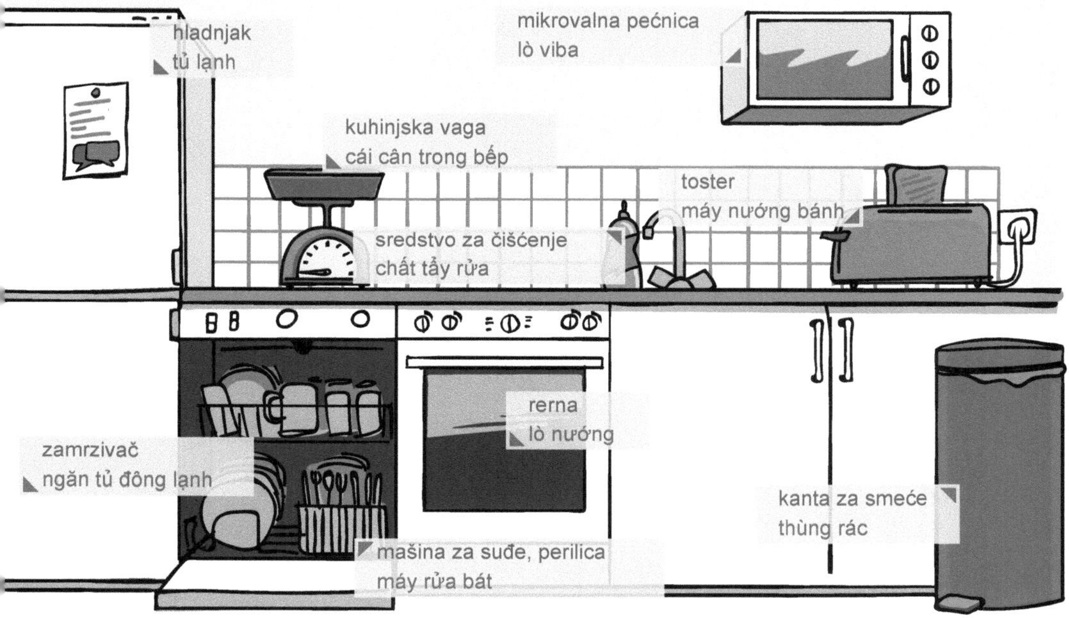

hladnjak
tủ lạnh
mikrovalna pećnica
lò viba
kuhinjska vaga
cái cân trong bếp
toster
máy nướng bánh
sredstvo za čišćenje
chất tẩy rửa
rerna
lò nướng
zamrzivač
ngăn tủ đông lạnh
kanta za smeće
thùng rác
mašina za suđe, perilica
máy rửa bát

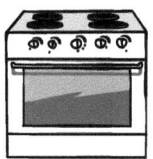

peć

lò nấu

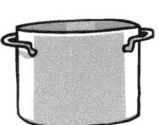

lonac

nồi

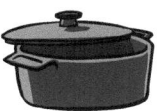

metalni lonac

nồi sắt

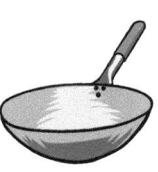

vok / kadai

chảo

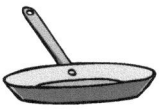

tava, tiganj

chảo

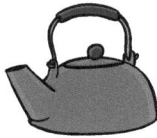

kuhalo

ấm đun nước

aparat za kuhanje na pari
nồi cun hơi

lim za pečenje
khay lò nướng

posuđe
bát đĩa

šalica
cốc

činija
cái bát

kineski štapići
đũa

kutlača
cai vá

lopatica
bàn xẻng

metlica za snijeg bjelanjca
que đánh kem

sito za kuhanje
rây dùng trong bếp

sito
cái rây lọc

ribež
cái nạo

avan s tučkom
vữa

roštilj
vỉ nướng

ložište
ngọn lửa trần

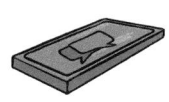

daska

cái thớt

oklagija

trục cán bột

vadičep

cái mở nút chai

konzerva

vỏ đồ hộp

otvarač za konzerve

cái mở vỏ đồ hộp

krpe za lonac

miếng nhấc nồi

sudoper

bồn rửa bát

četka

bàn chải

spužva

miếng xốp

mikser

máy xay

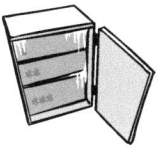

zamrzivač

tủ đông lạnh

flašica za bebu

bình sữa cho trẻ sơ sinh

slavina

vòi nước

kupatilo
phòng tắm

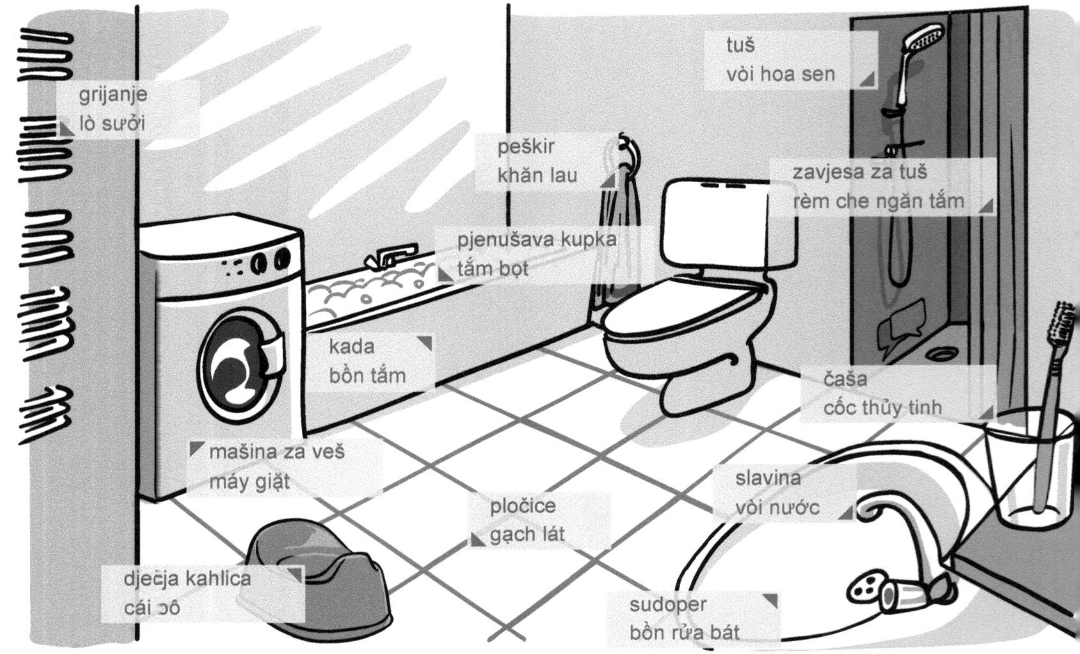
grijanje
lò sưởi
peškir
khăn lau
tuš
vòi hoa sen
zavjesa za tuš
rèm che ngăn tắm
pjenušava kupka
tắm bọt
kada
bồn tắm
čaša
cốc thủy tinh
mašina za veš
máy giặt
slavina
vòi nước
pločice
gạch lát
dječja kahlica
cái bô
sudoper
bồn rửa bát

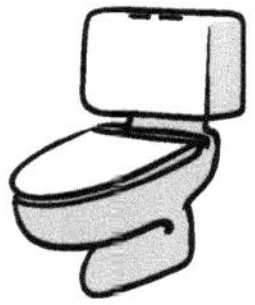

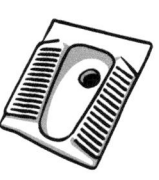

toalet

bồn cầu

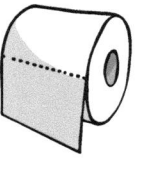

čučavac

bồn cầu ngồi xổm

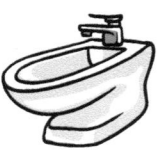

bide

bồn rửa hậu môn

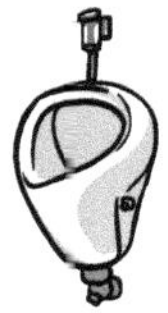

pisoar

bồn tiểu tiện

toalet papir

giấy vệ sinh

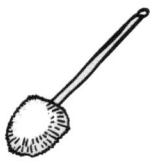

četka za wc

bàn chải cọ bồn cầu

četkica za zube

bàn chải đánh răng

pasta za zube

kem đánh răng

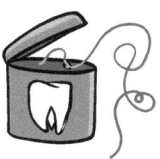

zubni konac

chỉ nha khoa

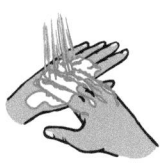

prati

rửa

tuš

vòi sen cầm tay

intimni tuš

vòi rửa hậu môn

lavor

bồn rửa

četka za leđa

bàn chải cọ lưng

sapun

xà phòng

gel za tuširanje

sữa tắm

šampon

dầu gội

krpe za pranje

khăn cọ để tắm

odvod

lỗ thoát nước

krema

kem

dezodorans

chất khử mùi

ogledalo

gương

ogledalo za šminkanje

gương tay

brijač

dao cạo râu

pjena za brijanje

kem cạo râu

vodica poslije brijanja

nước thơm dùng sau khi cạo râu

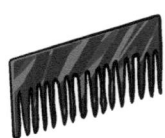

češalj

cái lược

četka

bàn chải

fen

máy xấy tóc

sprej za kosu

keo xịt tóc

puder

đồ trang điểm

karmin

thỏi son môi

lak za nokte

sơn bôi móng

vata

bông

makazice za nokte

kéo cắt móng

parfem

nước hoa

kupatilo - phòng tắm

kozmetička torbica

túi đựng đồ tắm

hoklica

ghế đẩu

vaga

cái cân

kupaći ogrtač

áo choàng tắm

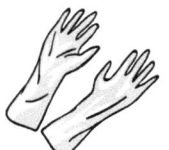

rukavice za čišćenje

găng tay làm vệ sinh

tampon

nút gạc

uložak za dame

băng vệ sinh

hemijski toalet

nhà vệ sinh hóa chất

dječija soba
phòng trẻ em

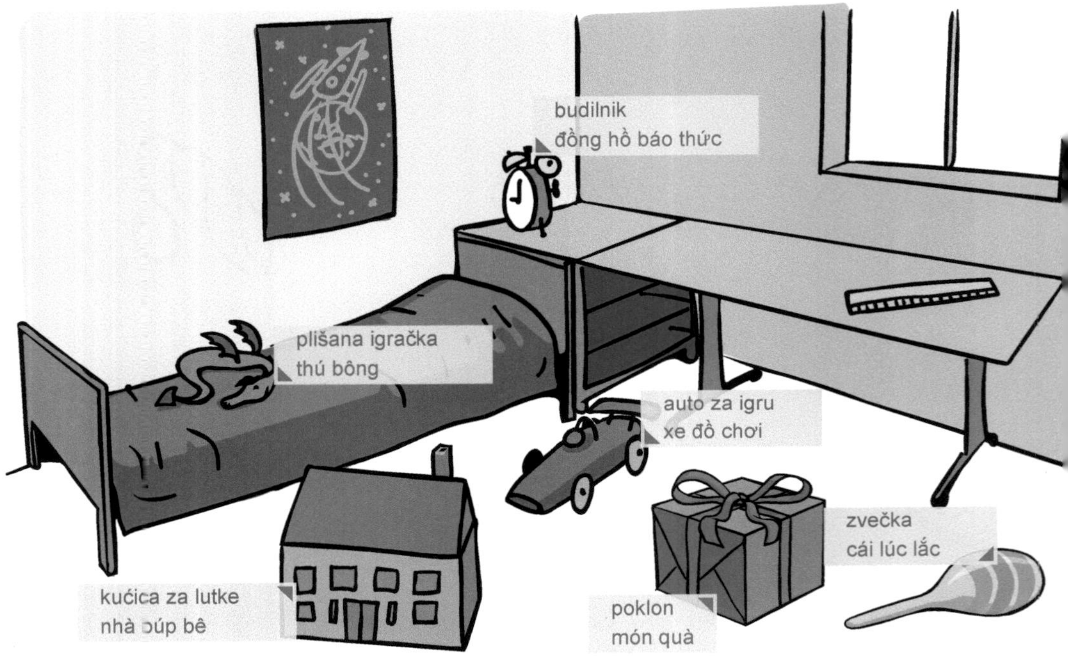
budilnik
đồng hồ báo thức
plišana igračka
thú bông
auto za igru
xe đồ chơi
zvečka
cái lúc lắc
kućica za lutke
nhà búp bê
poklon
món quà

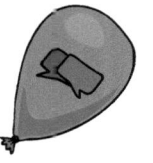

balon

bong bóng

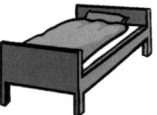

krevet

giường

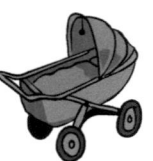

kolica za djecu

xe nôi

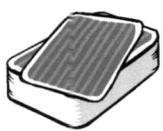

karte za igranje

trò chơi bài

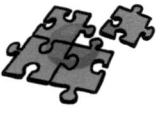

puzle

trò chơi ghép hình

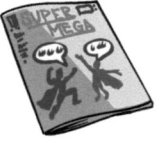

strip

truyện tranh

lego kockice

gạch Lego

kockice za gradnju

khối xếp hình

akcione figure

nhân vật hành động

benkica

áo liền quần cho trẻ sơ sinh

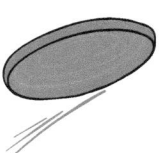

frizbi

đĩa nhựa để ném

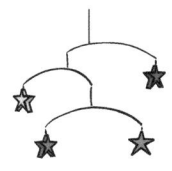

mobile

đồ chơi treo trên giường

igra na ploči

trò chơi cờ bàn

kocka

xúc xắc

miniatura željeznice

đồ chơi xe lửa mô hình

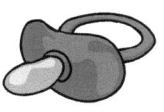

cucla

ti giả

zabava

buổi tiệc

slikovnica

sách tranh

lopta

quả bóng

lutka

búp bê

igrati

chơi

pješćanik
hố cát

ljuljačka
cái đu

igračke
đồ chơi

konzola za igru
máy chơi game cầm tay

triciklo
xe ba bánh

medvjedić
gấu bông

ormar
tủ quần áo

kratke čarape
bí: tất

čarape
bít tất dài

hulahopke
quần tất

šal
khăn choàng cổ

kišobran
ô che mưa

majica kratkih rukava
áp phông

kaiš
dây thắt lưng

čizme
ủng

papuče
dép đi trong nhà

patike
giày sneaker

sandale	cipele	gumene čizme
dép xăng đan	giày	ủng cao su
gaće	grudnjak	potkošulja
quần lót	áo ngực	áo vest

ɬodi
áo ôm sát cơ thể

hlače
quần dài

farmerke
quần bò

suknja
váy

bluza
áo cánh

košulja
áo sơ mi

džemper
áo len chui đầu

majica
áo len

sako
áo blazer

jakna
áo jacket

mantil
áo khoác

kišni mantil
áo mưa

kostim
trang phục

haljina
áo váy

vjenčanica
áo cưới

odijelo

bộ com lê

spavaćica

áo ngủ

pidžama

pijama

sari

trang phục sari

marama

khăn trùm đầu

turban

khăn đội đầu

burka

áo burka

kaftan

áo captan

abaja

áo aba

kupaći kostim

quần áo bơi

kupaće gaće

quần bơi

kratke hlače

quần đùi

trenerka

quần áo tracksuit

pregača

tạp dề

rukavice

găng tay

dugme

cái cúc

naočare

kính mắt

narukvica

vòng đeo tay

ogrlica

vòng cổ

prsten

nhẫn

naušnica

hoa tai

kapa

mũ lưỡi trai

vješalica

cái mắc treo áo quần

šešir

mũ

kravata

ca vạt

patentni zatvarač

dây kéo phéc mơ tuya

kaciga

mũ bảo hiểm

tregeri za hlače

dây đeo quần

školska uniforma

đồng phục học sinh

uniforma

đồng phục

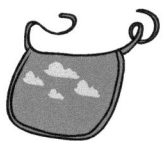

podbradak

yếm trẻ em

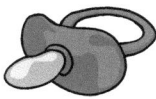

cucla

ti giả

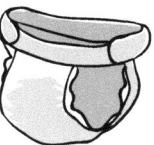

pelene

tã lót

ured
văn phòng

server
máy chủ
ormar za kartoteku
tủ hồ sơ
štampač
máy in
papir
giấy
monitor
màn hình
miš
chuột máy tính
pisaći sto
bàn làm việc
registrator
thư mục
tastatura
bàn phím
korpa za papir
thùng rác giấy
kompjuter
máy tính
stolica
ghế

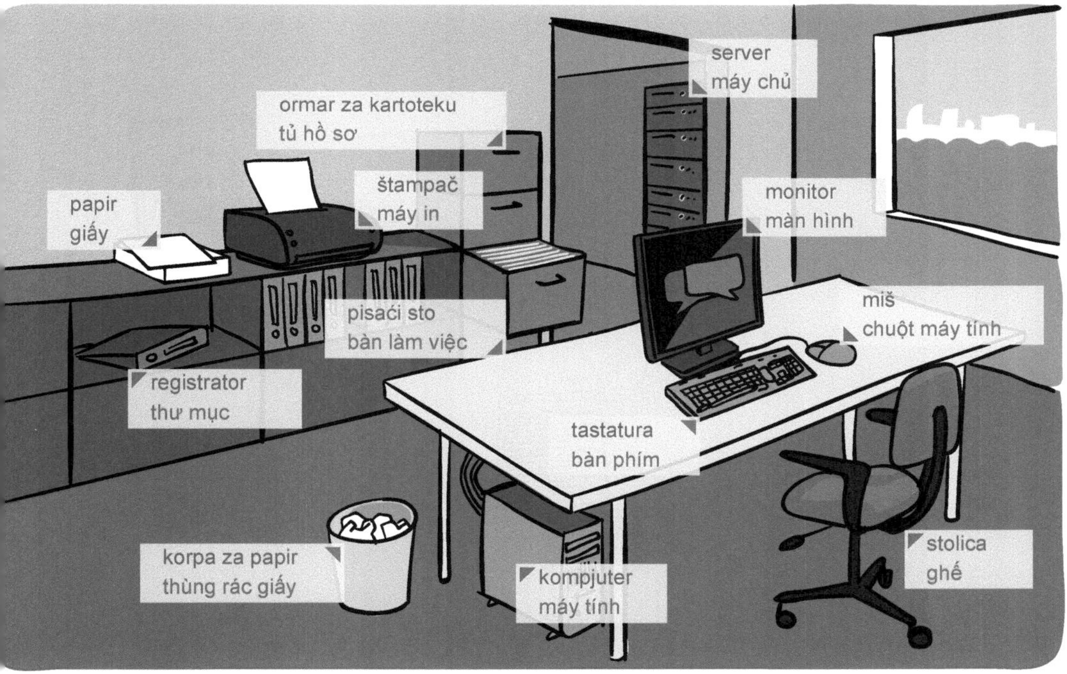

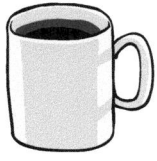

šolja za kafu

cốc cà phê

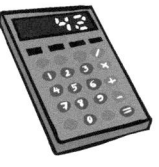

kalkulator

máy tính bỏ túi

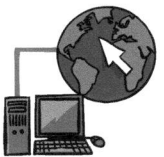

internet

internet

laptop
laptop

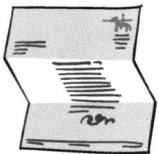

pismo
thư

poruka
tin nhắn

mobilni telefon
điện thoại di động

mreža
mạng

aparat za kopiranje
máy photocopy

softver
phần mềm

telefon
điện thoại

utičnica
ổ cắm điện

faks
máy fax

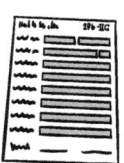

formular
mẫu đơn

dokument
chứng từ

kupovati

mua

platiti

trả tiền

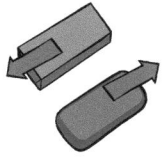

trgovati

buôn bán

novac

tiền

dolar

đô la

euro

Euro

jen

yên

rublja

rúp

franak

franc Thụy Sĩ

renminbi jen

nhân dân tệ

rupi

rupi

bankomat

máy rút tiền tự động

mjerjačnica

quầy đổi tiền

zlato

vàng

srebro

bạc

nafta

dầu

energija

năng lượng

cijena

giá tiền

ugovor

hợp đồng

porez

thuế

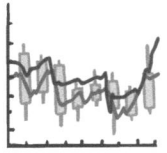

akcija

cổ phiếu

raditi

làm việc

službenik

nhân viên

poslodavac

chủ lao động

fabrika

nha máy

radnja

cửa hiệu

zanimanja
nghề nghiệp

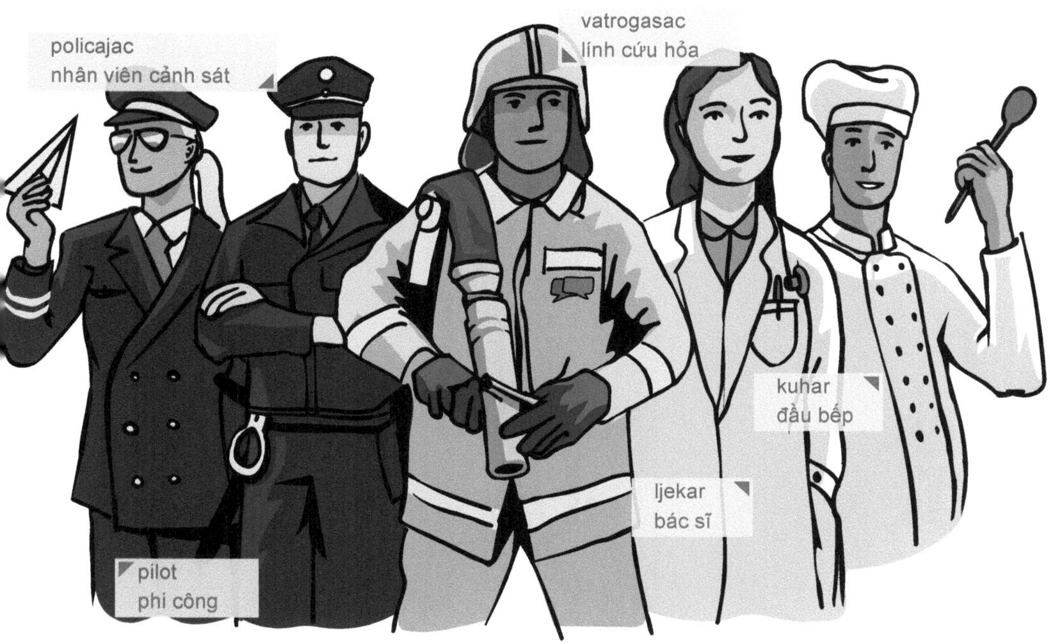

policajac
nhân viên cảnh sát
vatrogasac
lính cứu hỏa
kuhar
đầu bếp
ljekar
bác sĩ
pilot
phi công

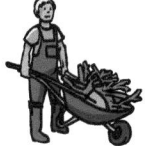

baštovan

người làm vườn

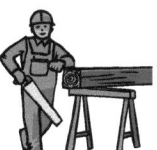

stolar

thợ mộc

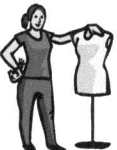

krojačica

thợ may

sudija

chánh án

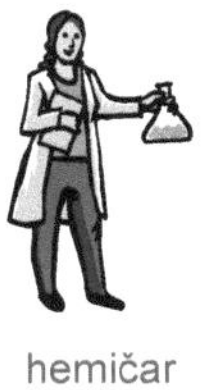

hemičar

nhà hóa học

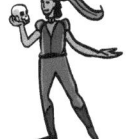

glumac

diễn viên

vozač autobusa

tài xế xe buýt

vozač taksija

người lái taxi

čistačica

người lau dọn vệ sinh

krovopokrivač

thợ lợp mái nhà

ribar

ngư dân

konobar

bồi bàn

lovac

thợ săn

moler

họa sĩ

pekar

thợ làm bánh

električar

thợ điện

građevinski radnik

thợ xây dựng

inženjer

kỹ sư

koljač

người hàng thịt

limar, vodoinstalater

thợ sửa ống nước

poštar

người đưa thư

vojnik

người lính

arhitekta

kiến trúc sư

blagajnik

nhân viên thu ngân

cvjećar

người bán hoa

frizer

thợ cắt tóc

kontrolor

nhân viên soát vé

mehaničar

thợ cơ khí

kapiten

thuyền trưởng

zubar

nha sĩ

naučnik

nhà khoa học

rabin

giáo sĩ Do thái

imam

lãnh tụ Hồi giáo

monah

nhà sư

sveštenik

mục sư

alat

dụng cụ

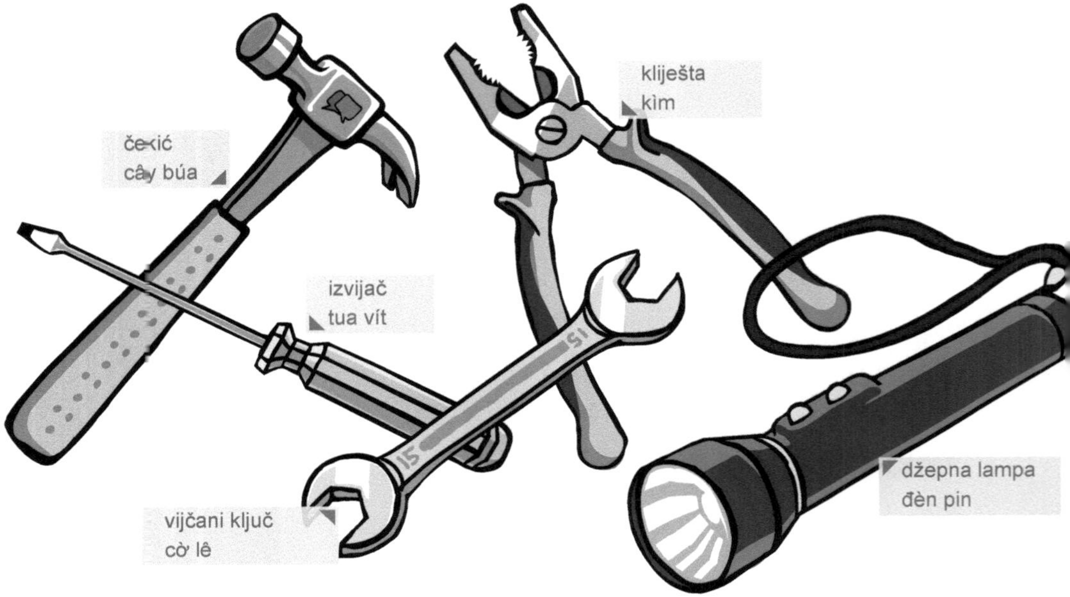

čekić
cây búa
kliješta
kìm
izvijač
tua vít
vijčani ključ
cờ lê
džepna lampa
đèn pin

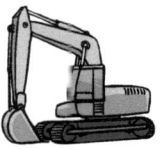

bager

máy xúc đất

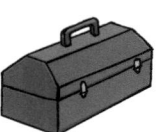

kutija sa alatom

hộp dụng cụ

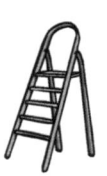

ljestve

cái thang

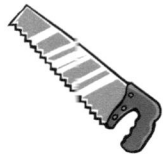

testera, pila

cưa

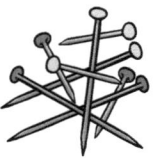

ekser

đinh

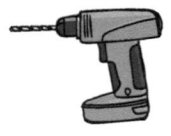

bušilica

máy khoan

popraviti

sửa chữa

lopata

cái xẻng

sranje!

khốn nạn!

lopatica

cái hót rác

kanta boje

thùng sơn

vijak

vít

muzički instrumenti
nhạc cụ

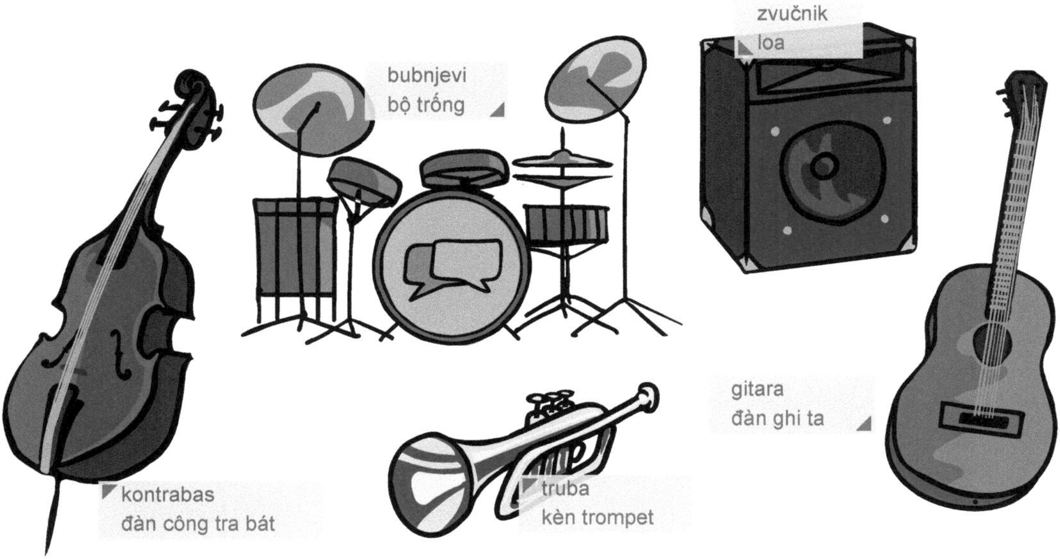

zvučnik
loa

bubnjevi
bộ trống

kontrabas
đàn công tra bát

truba
kèn trompet

gitara
đàn ghi ta

k avir

đàn piano

violina

đàn vĩ cầm

bas

ghi ta bass

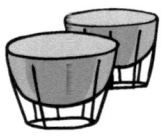

bubarj timpani

trống định âm

bubanj

trống

sintisajzer

đàn organ

saksofon

kèn Saxophone

flauta

sáo

mikrofon

micro

muzički instrumenti - nhạc cụ

zološki vrt
vườn bách thú

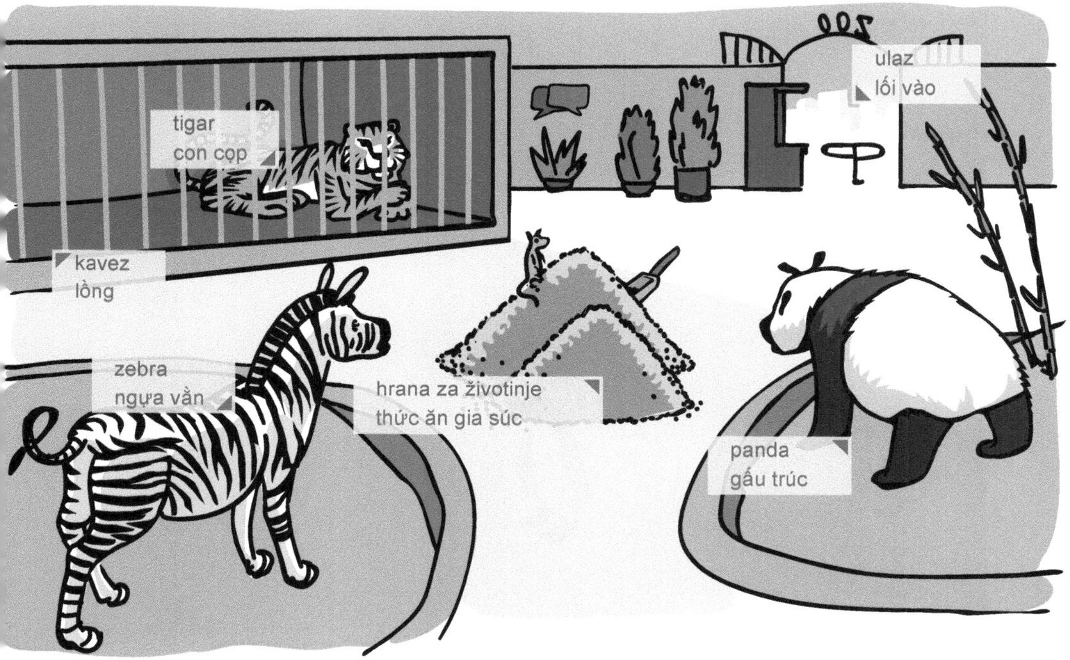
ZOO
ulaz
lối vào
tigar
con cọp
kavez
lồng
zebra
ngựa vằn
hrana za životinje
thức ăn gia súc
panda
gấu trúc

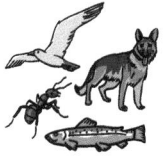

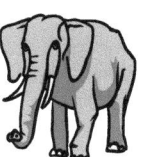

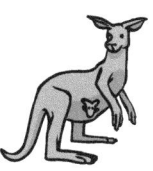

životinje

động vật

slon

con voi

kengur

chuột túi

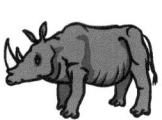

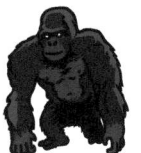

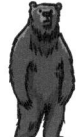

nosorog

tê giác

gorila

khỉ đột

medvjed

con gấu

kɛmila

lạc đà

noj

đà điểu

lav

sư tử

mɛjmun

con khỉ

flamingo

hồng hạc

papagaj

con vẹt

polarn medvjed

gấu bắc cực

pingvin

chim cánh cụt

morski pas

cá mập

paun

cor công

zmija

con rắn

krokodil

cá sấu

čuvar u zološkom vrtu

người trông giữ vườn bách thú

tuljan

hải cẩu

jaguar

báo đốm

poni

ngựa lùn

leopard

con báo

nilski konj

hà mã

žirafa

hươu cao cổ

orao

đại bàng

divlja svinja

heo rừng

riba

cá

kornjača

con rùa

morž

hải mã

lisica

con cáo

gazela

linh dương

američki fudbal
bóng bầu dục Mỹ

vožnja bicikla
đua xe đạp

tenis
quần vợt

košarka
bóng rổ

plivanje
bơi

boks
đấm bốc

hokej na ledu
khúc côn cầu trên băng

fudbal

bóng đá

bedminton

cầu lông

laka atletika

điền kinh

rukomet

bóng ném

skijanje

trượt tuyết

polo

polo

aktivnosti
các hoạt động

smijati se
cười
skakati
nhảy
zagrliti
ôm
ići
đi bộ
pjevati
ca hát
sanjati
mơ
moliti
cầu nguyện
ljubiti
hôn

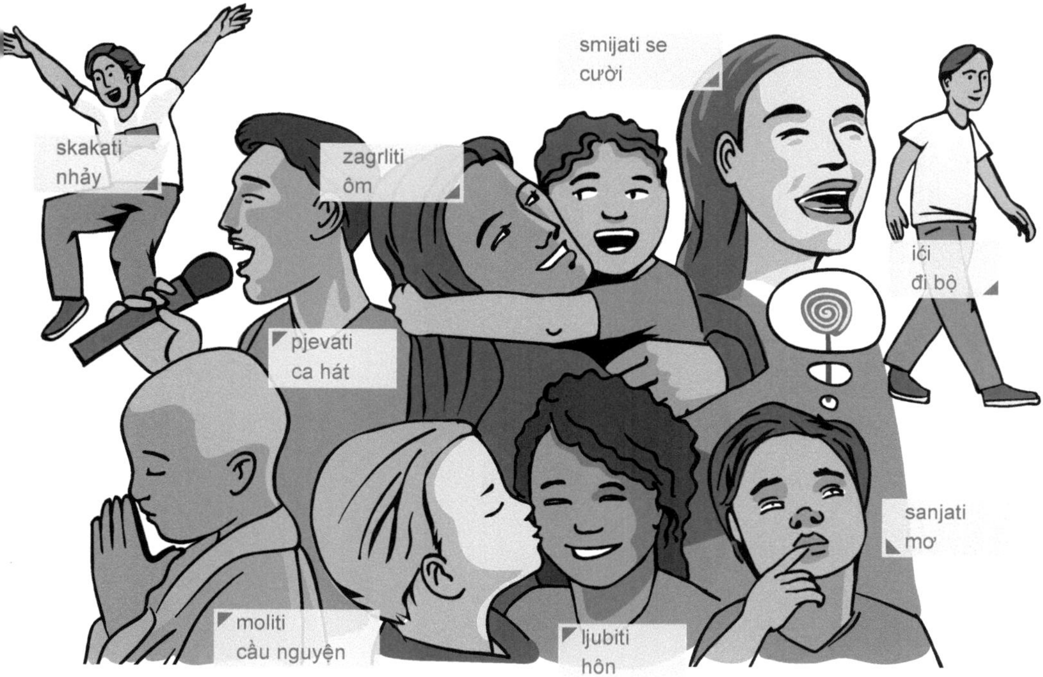

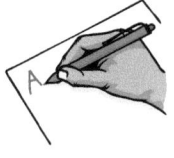

pisati
viết

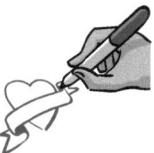

crtati
vẽ

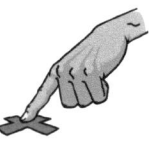

pokazati
chỉ trỏ

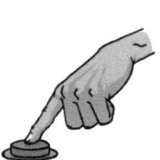

gurati
đẩy

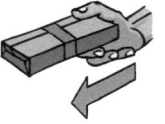

dati
cho

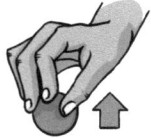

uzeti
lấy đi

imati

có

raditi

làm

biti

thì / là

stajati

đứng

trčati

chạy

vući

kéo

baciti

ném

pasti

rơi

ležati

nằm

čekati

chờ đợi

nositi

mang vác

sjediti

ngồi

obući

mặc quần áo

spavati

ngủ

probuditi

thức dậy

pogledati

xem

plakati

khóc

milovati

vuốt ve

češljati

chải

govoriti

nói chuyện

razumjeti

hiểu

pitati

câu hỏi

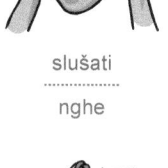

slušati

nghe

piti

uống

jesti

ăn

pospremiti

dọn dẹp

voljeti

yêu

kuhati

nấu nướng

voziti

lái xe

letjeti

bay

jedriti

đi thuyền buồm

računati

tính toán

čitati

đọc

učiti

học

raditi

làm việc

vjenčavti

cưới

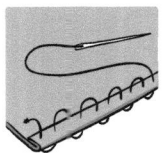

šiti

khâu vá

prati zube

đánh răng

ubiti

giết

pušiti

hút thuốc

slati

gửi đi

baka
bà nội (ngoại)

djed
ông nội (ngoại)

otac
cha

majka
mẹ

beba
trẻ con

kćerka
con gái

sin
con trai

gost

khách

ujna, tetka, strina

cô (dì)

ujak, tetak, stric

chú, bác (cậu)

brat

anh (em) trai

sestra

chị (em) gái

tijelo

cơ thể

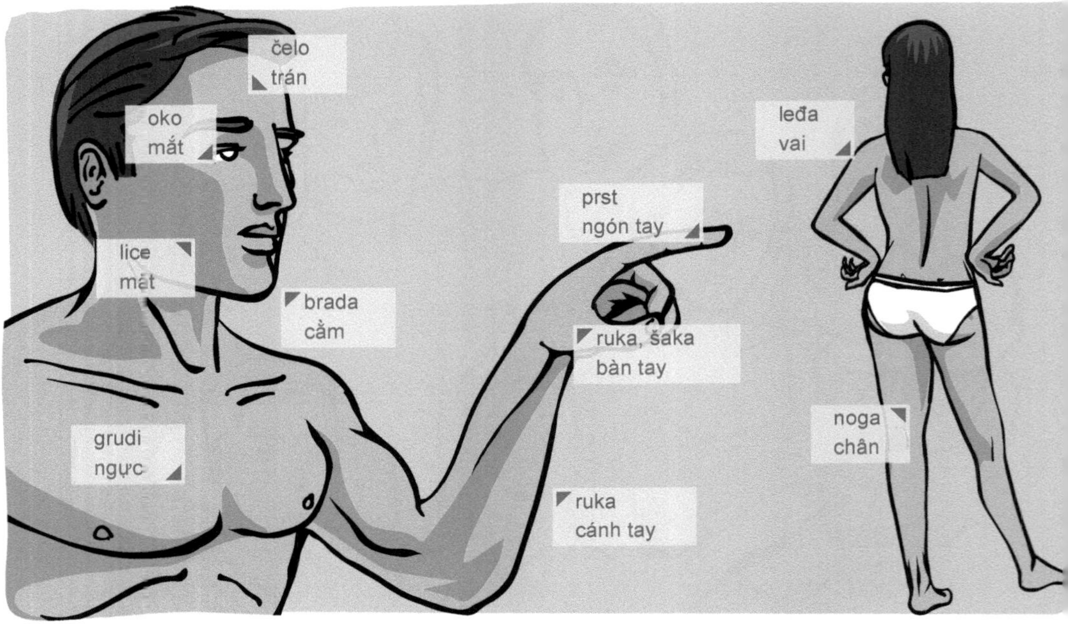

čelo
trán
oko
mắt
leđa
vai
prst
ngón tay
lice
mặt
brada
cằm
ruka, šaka
bàn tay
noga
chân
grudi
ngực
ruka
cánh tay

beba

trẻ con

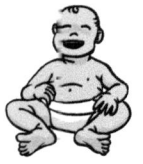

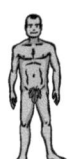

muškarac

đàn ông

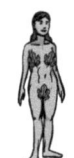

žena

phụ nữ

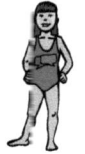

djevojčica

bé gái

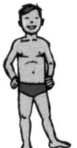

dječak

bé trai

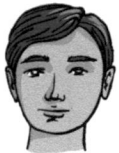

glava

đầu

leđa
lưng

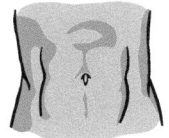

stomak
bụng

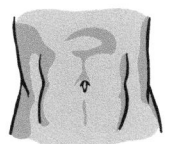

pupak
rốn

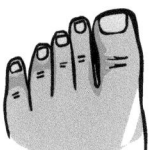

nožni prst
ngón chân

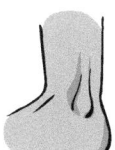

peta
gót chân

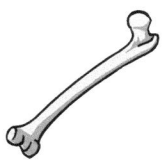

kosti
xương

kuk
hông

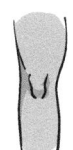

koljeno
đầu gối

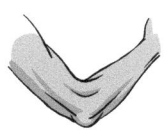

lakat
khuỷu tay

nos
mũi

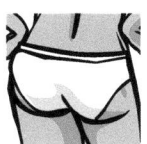

stražnjica
mông

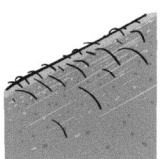

koža
da

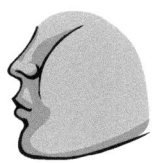

obraz
má

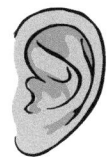

uho
tai

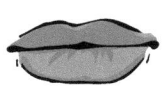

usna
môi

usta

miệng

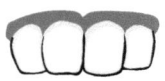

zub

răng

jezik

lưỡi

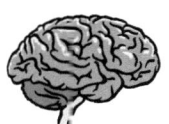

mozak

não

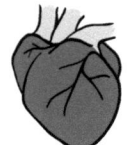

srce

tim

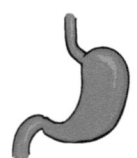

mišić

cơ bắp

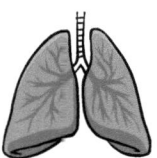

pluća

phổi

jetra

gan

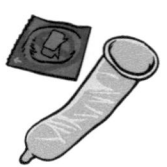

želudac

dạ dày

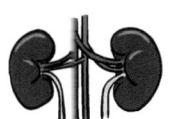

bubreg

thận

spolni odnos

giao hợp

kondom

bao cao su

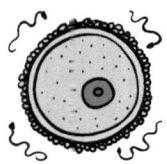

jajna ćelija

noãn

sperma

tinh dịch

trudnoća

mang thai

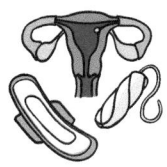

menstruacija

kinh nguyệt

vagina

âm vật

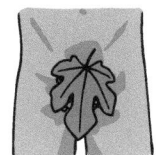

penis

dương vật

obrva

lông mày

kosa

tóc

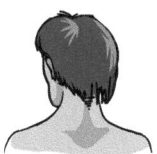

vrat

cổ

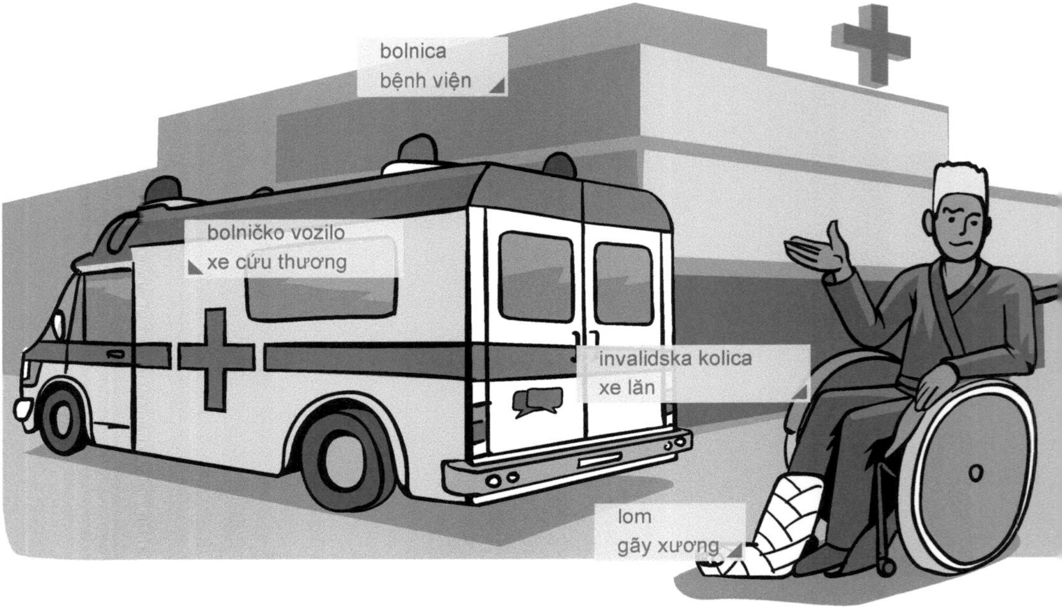

bolnica
bệnh viện

bolnica
bệnh viện
bolničko vozilo
xe cứu thương
invalidska kolica
xe lăn
lom
gãy xương

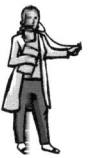

ljekar

bác sĩ

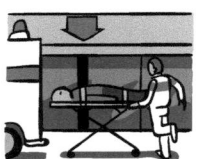

hitna služba

phòng cấp cứu

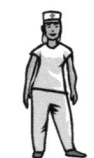

medicinska sestra

y tá

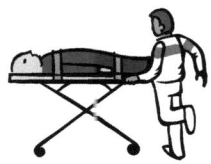

hitna pomoć

cấp cứu

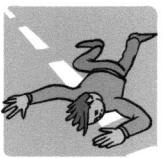

nesvjest

bất tỉnh

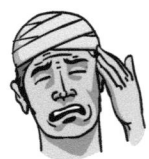

bol

cơn đau

povreda

bị thương

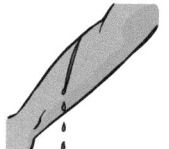

krvarenje

chảy máu

srčani udar, infarkt

nhồi máu cơ tim

moždani udar

đột quỵ

alergija

dị ứng

kašalj

ho

groznica

sốt

gripa

cúm

proljev

tiêu chảy

glavobolja

đau đầu

rak

ung thư

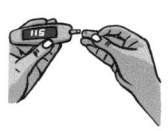

dijabetes

bệnh tiểu đường

hirurg

bác sĩ phẫu thuật

skalpel

dao mổ

operacija

giải phẫu

CT

chụp cắt lớp

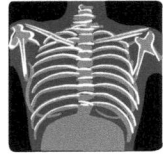

rendgen

chụp x-quang

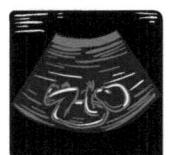

ultrazvuk

siêu âm

maska

mặt nạ

bolest

bệnh

čekaonica

phòng đợi

štake

cái nạng

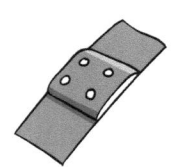

flaster

băng dán vết thương

zavoj

băng bó

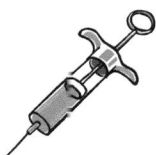

injekcija

tiêm thuốc

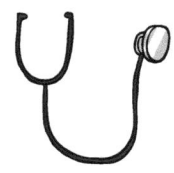

stetoskop

ống nghe khám bệnh

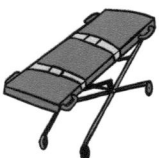

nosilo

băng ca

termometar

nhiệt kế

porod

sinh đẻ

prekomjerna težina, debljina

thừa cân

slušni aparat

máy trợ thính

sredstvo za dezinfekciju

chất khử trùng

infekcija

nhiễm trùng

virus

vi rút

HIV/ AIDS

HIV / AIDS

medicina

thuốc

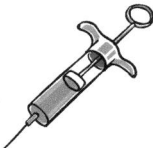

vakcinacija

tiêm chủng

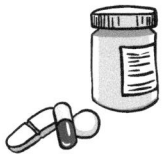

tablete

thuốc viên

pilula

viên thuốc

hitni poziv

gọi cấp cứu

aparat za mjerenje pritiska

máy đo huyết áp

bolestan / zdrav

bệnh / khỏe mạnh

bolnica - bệnh viện

Upomoć!

cứu!

alarm

báo động

napad, prepad

cuộc đột kích

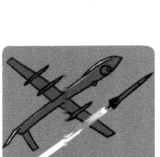

napad

sự tấn công

opasnost

mối nguy hiểm

izlaz u slučaju opasnosti

lối thoát hiểm

Požar!

cháy!

vatrogasni aparat

bình chữa cháy

nezgoda

tai nạn

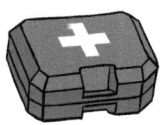

torba prve pomoći

bộ dụng cụ sơ cứu

SOS

SOS

policija

cảnh sát

Europa

châu Âu

Sjeverna Amerika

Bắc Mỹ

Južna Amerika

Nam Mỹ

Afrika

châu Phi

Azija

châu Á

Australija

châu Úc

Atlantik

Đại Tây Dương

Pacifik

Thái Bình Dương

Indijski okean

Ấn Độ Dương

Antarktički okean

Nam Cực Dương

Arktički okean

Bắc Băng Dương

Sjeverni pol

bắc cực

Južni pol
nam cực

Antarktik
nam cực

Zemlja
trái đất

zemlja
đất liền

more
biển

ostrvo
đảo

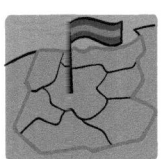

nacija
quốc gia

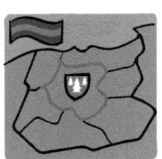

država
nhà nước

brojčanik sata

mặt đồng hồ

kazaljka sata

kim chỉ giờ

kazaljka minute

kim chỉ phút

kazaljka sekunde

kim chỉ giây

Koliko je sati?

Bây giờ là mấy giờ?

dan

ngày

vrijeme

thời gian

sada

bây giờ

digitalni sat

đồng hồ điện tử

minuta

phút

sat

giờ

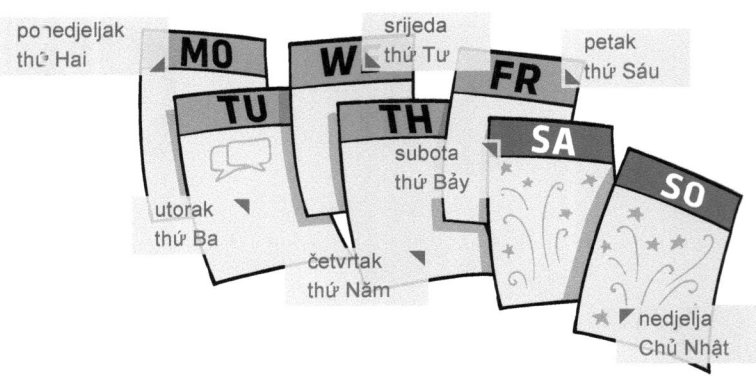

ponedjeljak
thứ Hai

srijeda
thứ Tư

petak
thứ Sáu

utorak
thứ Ba

subota
thứ Bảy

četvrtak
thứ Năm

nedjelja
Chủ Nhật

juče
hôm qua

danas
hôm nay

sutra
ngày mai

jutro
buổi sáng

podne
buổi trưa

veče
buổi tối

radni dani
ngày làm việc

vikend
cuối tuần

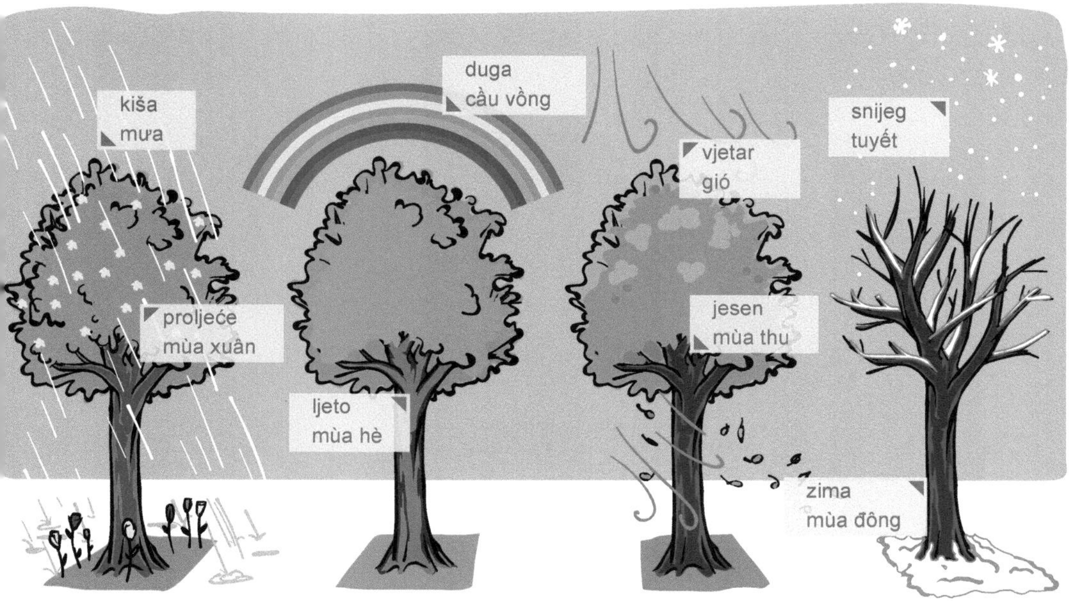

kiša
mưa
duga
cầu vồng
snijeg
tuyết
vjetar
gió
proljeće
mùa xuân
jesen
mùa thu
ljeto
mùa hè
zima
mùa đông

4.APRIL 11°
5.APRIL 4°
6.APRIL 13°
7.APRIL 8°
8.APRIL 10°

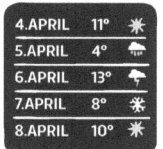

prognoza vremena

dự báo thời tiết

F C

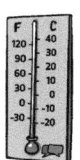

termometar

nhiệt kế

sunčev sjaj

ánh nắng

oblak

mây

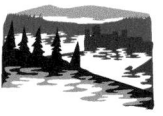

magla

sương mù

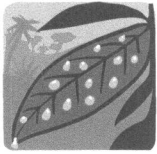

vlažnost vazduha

độ ẩm không khí

munja

tia chớp

grom

sấm sét

oluja

cơn bão

tuča, led

mưa đá

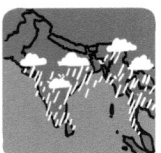

monsun

gió mùa

poplava

lũ lụt

ed

nước đá

januar

tháng Một

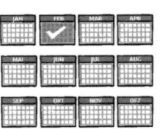

februar

tháng Hai

mart

tháng Ba

april

tháng Tư

maj

tháng Năm

juni

tháng Sáu

juli

tháng Bảy

avgust

tháng Tám

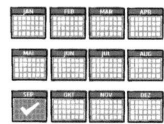

septembar

tháng Chín

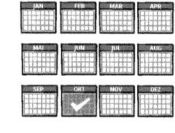

oktobar

tháng Mười

novembar

tháng Mười Một

decembar

tháng Mười Hai

oblici
hình dạng

krug

hình tròn

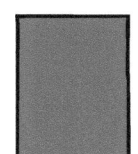

kvadrat

hình vuông

pravougao

hình chữ nhật

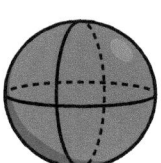

trougao

hình tam giác

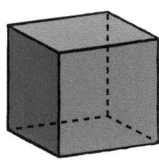

kugla

hình cầu

kocka

khối vuông

bjel

màu trắng

žut

màu vàng

narandžast

màu cam

pink

màu hồng

crven

màu đỏ

ljubičast

màu tím

plav

màu xanh dương

zelen

màu xanh lá cây

smeđ

màu nâu

siv

màu xám

crn

màu đen

malo / mnogo
nhiều / ít

ljutit / miran
tức tối / điềm tĩnh

lijep / ružan
xinh đẹp / xấu xí

početak / kraj
bắt đầu / kết thúc

veliki / mali
to / nhỏ

svijetlo / tamno
sáng / tối

brat / sestra
anh (em) trai / chị (em) gái

čist / prljav
sạch / bẩn

potpun / nepotpun
đủ / thiếu

dan / noć
ngày / đêm

mrtav / živ
chết / sống

široko / usko
rộng / chật hẹp

ukusno / neukusno

ăn được / không ăn được

zao / prijatan

ác / tử tế

uzbuđen / dosadan

hào hứng / chán nản

debec / mršav

béc / gầy

najprije / najkasnije

đầu tiên / cuối cùng

prijatelj / neprijatelj

bạn / thù

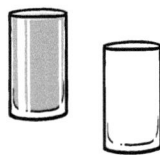

pun / prazan

đầy / rỗng

trvd / mekan

cứng / mềm

težak / lagan

nặng / nhẹ

glac / žeđ

đói / khát

bolestan / zdrav

bệnh / khỏe mạnh

ilegalan / legalan

bất hợp pháp / hợp pháp

inteliger tan / glup

thông minh / ngu

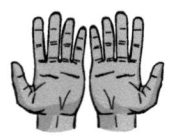

lijevo / desno

trái / phải

blizu / daleko

gần / xa

nov / polovan

mới / cũ

ništa / nešto

không có gì cả / có cái gì đó

star / mlad

già / trẻ

uključeno / isključeno

bật / tắc

otvoreno / zatvoreno

mở / đóng

tiho / glasno

im lặng / ồn ào

bogat / siromašan

giàu / nghèo

tačno / pogrešno

đúng / sai

hrapav / glatak

sần sùi / mịn màng

tužan / srećan

buồn / vui

kratak / dug

ngắn / dài

spor / brz

chậm / nhanh

mokro / suho

ẩm ướt / khô ráo

toplo / hladno

ấm áp / mát mẻ

rat / mir

chiến tranh / hòa bình

0

nula

số không

1

jedan

một

2

dva

hai

3

tri

ba

4

četiri

bốn

5

pet

năm

6

šest

sáu

7

sedam

bảy

8

osam

tám

9

devet

chín

10

deset

mười

11

jedanaest

mười một

12
dvanaest

mười hai

13
trinaest

mười ba

14
četrnaest

mười bốn

15
petnaest

mười lăm

16
šesnaest

mười sáu

17
sedamnaest

mười bảy

18
osamnaest

mười tám

19
devetnaest

mười chín

20
dvadeset

hai mươi

100
sto

một trăm

1.000
hiljada

một ngàn

1.000.000
milion

một triệu

engleski

tiếng Anh

američki engleski

tiếng Anh Mỹ

kinesko mandarinski

tiếng Quan Thoại

hindi

tiếng Hin-di

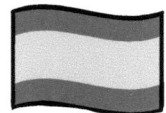

španski

tiếng Tây Ban Nha

francuski

tiếng Pháp

arapski

tiếng Ả-rập

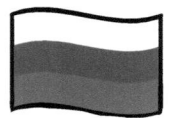

ruski

tiếng Nga

portugalski

tiếng Bồ Đào Nha

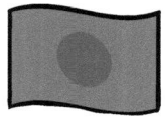

bengalski

tiếng Bengal

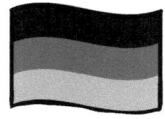

njemački

tiếng Đức

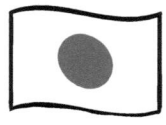

japanski

tiếng Nhật

ja
tôi

ti
bạn

on / ona / ono
anh ta / cô ta / nó

mi
chúng tôi

vi
các bạn

oni
họ

ko?
ai?

šta?
cái gì?

kako?
như thế nào?

gdje?
ở đâu?

kada?
lúc nào?

ime
tên

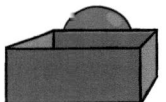

iza
phía sau

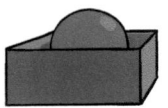

u
ở trong

pred
phía trước

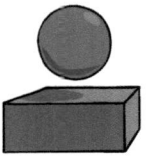

iznad
phía trên

na
ở trên

ispod
ở dưới

pored
bên cạnh

između
ở giữa

mjesto
chỗ